Impressum
Verlag: BABADADA GmbH, Nedderfeld 112 , 22529 Hamburg
Geschäftsführer / Verlagsleitung: Harald Hof
Druck: Books on Demand GmbH, In de Tarpen 42, 22848 Norderstedt

Imprint
Publisher: BABADADA GmbH, Nedderfeld 112 , 22529 Hamburg, Germany
Managing Director / Publishing direction: Harald Hof
Print: Books on Demand GmbH, In de Tarpen 42, 22848 Norderstedt

l'école
trường học

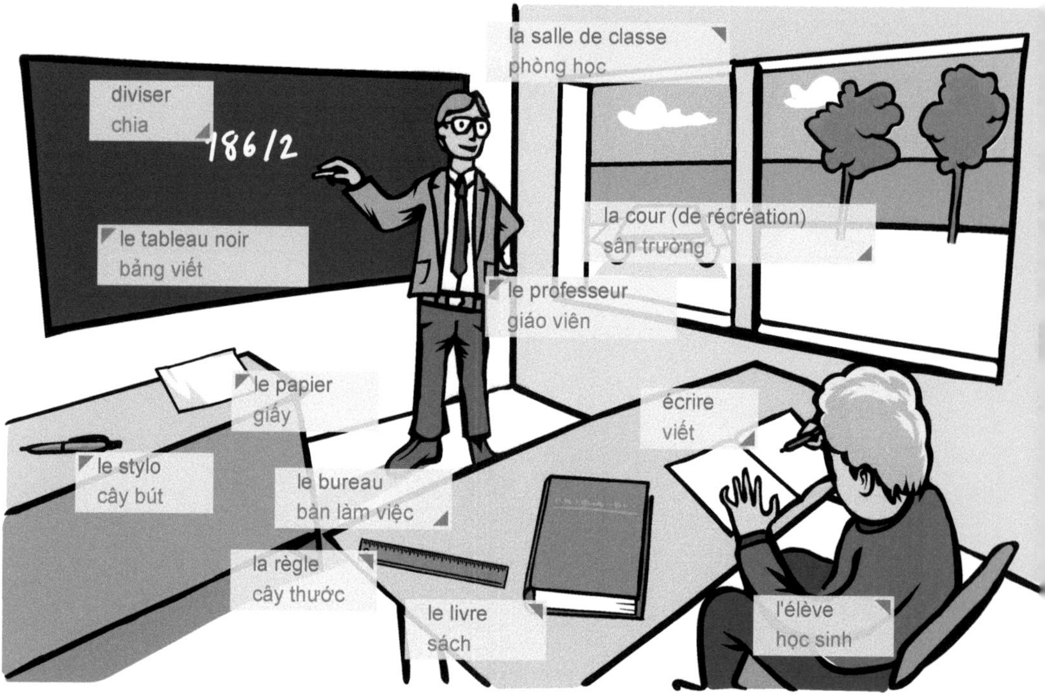
la salle de classe
phòng học
diviser
chia
186/2
le tableau noir
bảng viết
la cour (de récréation)
sân trường
le professeur
giáo viên
le papier
giấy
écrire
viết
le stylo
cây bút
le bureau
bàn làm việc
la règle
cây thước
le livre
sách
l'élève
học sinh

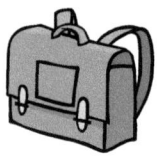

le cartable
cặp đeo vai học sinh

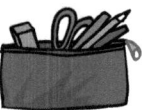

la trousse
hộp đựng bút

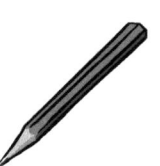

le crayon
bút chì

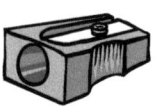

le taille-crayon
cái gọt bút chì

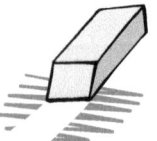

la gomme
cục tẩy

le carnet à dessin
tập giấy vẽ

le dessin

bản vẽ

le pinceau

cọ vẽ

la boîte de peinture

hộp mực vẽ

les ciseaux

cây kéo

la colle

keo dán

le cahier d'exercices

sách bài tập

les devoirs

bài tập ở nhà

le chiffre

số

additionner

cộng

soustraire

trừ

multiplier

nhân

calculer

tính toán

la lettre

chữ cái

l'alphabet

bảng chữ cái

le mot

từ

le texte

văn bản

lire

đọc

la craie

phấn viết

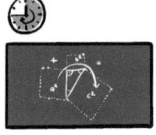

la leçon

bài học

le livre de classe

sổ lớp

l'examen

thi kiểm tra

le certificat

chứng chỉ

l'uniforme scolaire

đồng phục học sinh

la formation

giáo dục

le lexique

từ điển bách khoa

l'université

đại học

le microscope

kính hiển vi

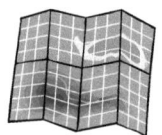

la carte

bản đồ

la corbeille à papier

thùng rác giấy

le voyage
du lịch

l'hôtel
khách sạn
Grand
l'auberge
nhà trọ
ROOMS
le bureau de change
quầy đổi tiền
CHANGE
la valise
va li
la voiture
xe ô tô

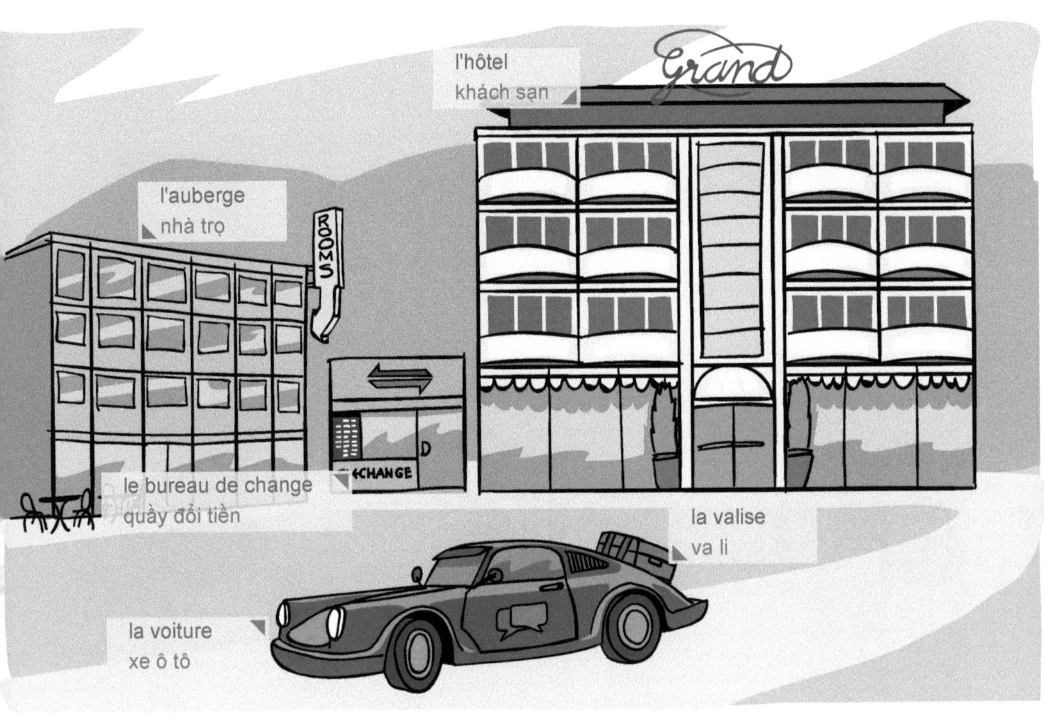

la langue
ngôn ngữ

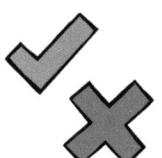

oui / non
có / không

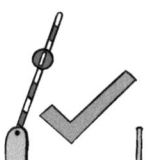

d'accord
ô kê

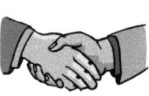

Salut
Xin chào

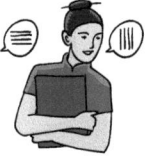

l'interprète
thông dịch viên

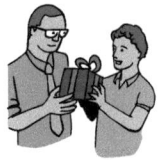

merci
cám ơn

Combien coûte...?
... bao nhiêu tiều?

Je ne comprends pas
tôi không hiểu

le problème
vấn đề

Bonsoir !
Xin chào! (buổi tối)

Bonjour !
xin chào! (buổi sáng)

Bonne nuit !
chúc ngủ ngon!

Au revoir
tạm biệt

la direction
hướng đi

les bagages
hành lý

le sac
túi xách

le sac-à-dos
túi ba lô

l'hôte
khách

la pièce
phòng

le sac de couchage
túi ngủ

la tente
lều

6

le voyage - du lịch

l'office de tourisme

thông tin du lịch

la plage

bãi biển

la carte de crédit

thẻ tín dụng

le petit-déjeuner

ăn sáng

le déjeuner

ăn trưa

le dîner

ăn tối

le billet

vé xe

l'ascenseur

thang máy

le timbre

tem bưu điện

la frontière

biên giới

la douane

hải quan

l'ambassade

đại sứ quán

le visa

thị thực

le passeport

hộ chiếu

le transport
vận chuyển

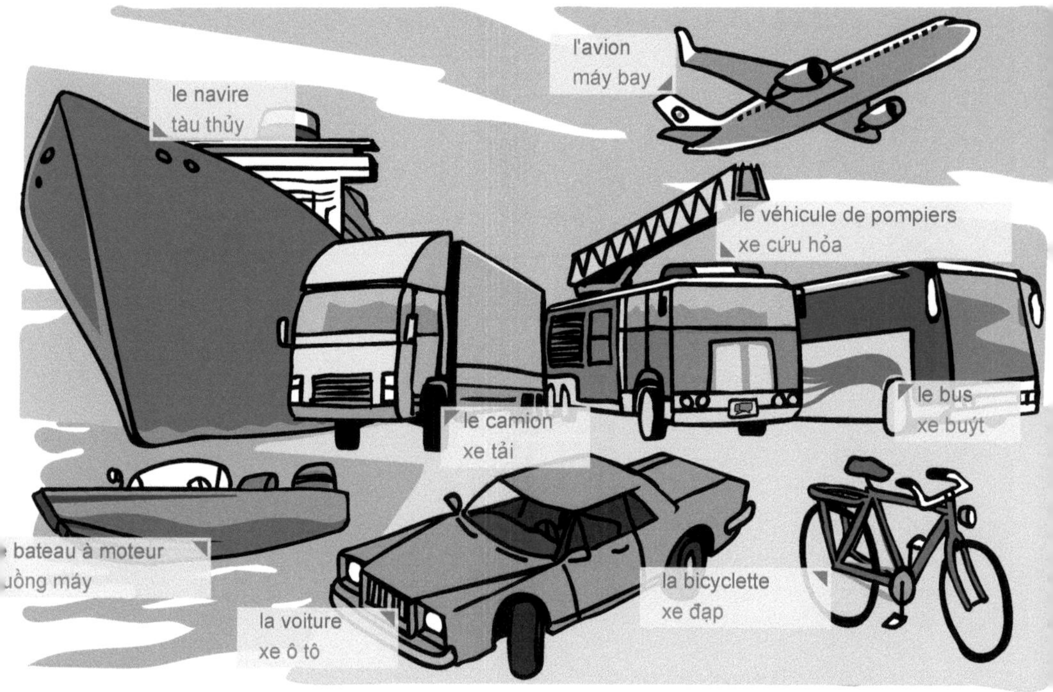
l'avion
máy bay
le navire
tàu thủy
le véhicule de pompiers
xe cứu hỏa
le bus
xe buýt
le camion
xe tải
bateau à moteur
uồng máy
la bicyclette
xe đạp
la voiture
xe ô tô

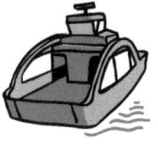

le ferry

phà

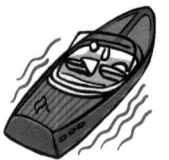

la barque

xuồng

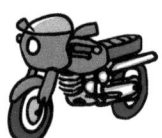

la moto

xe máy

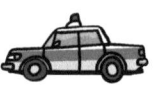

la voiture de police

xe cảnh sát

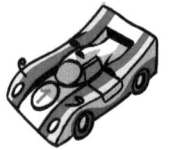

la voiture de course

xe đua

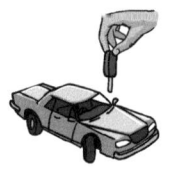

la voiture de location

xe cho thuê

l'auto-partage

dịch vụ thuê xe tự lái

la voiture de remorquage

xe kéo cứu hộ

la benne à ordures

xe rác

le moteur

động cơ

l'essence

xăng

la station d'essence

trạm xăng

le panneau indicateur

biển báo giao thông

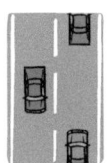

le trafic

giao thông

l'embouteillage

ách tắc giao thông

le parking

bãi đậu xe

la gare

nhà ga

les rails

đường ray

le train

xe lửa

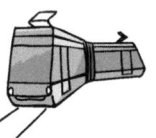

le tramway

tàu điện

le wagon

toa xe

l'hélicoptère

máy bay trực thăng

l'aéroport

sân bay

la tour

tháp

le passager

hành khách

le conteneur

côngtenơ

le carton

thùng các-tông

le chariot

xe đẩy

la corbeille

cái giỏ

décoller / atterrir

cất cánh / hạ cánh

la ville

thành phố

le village

làng

le centre-ville

trung tâm thành phố

la maison

nhà

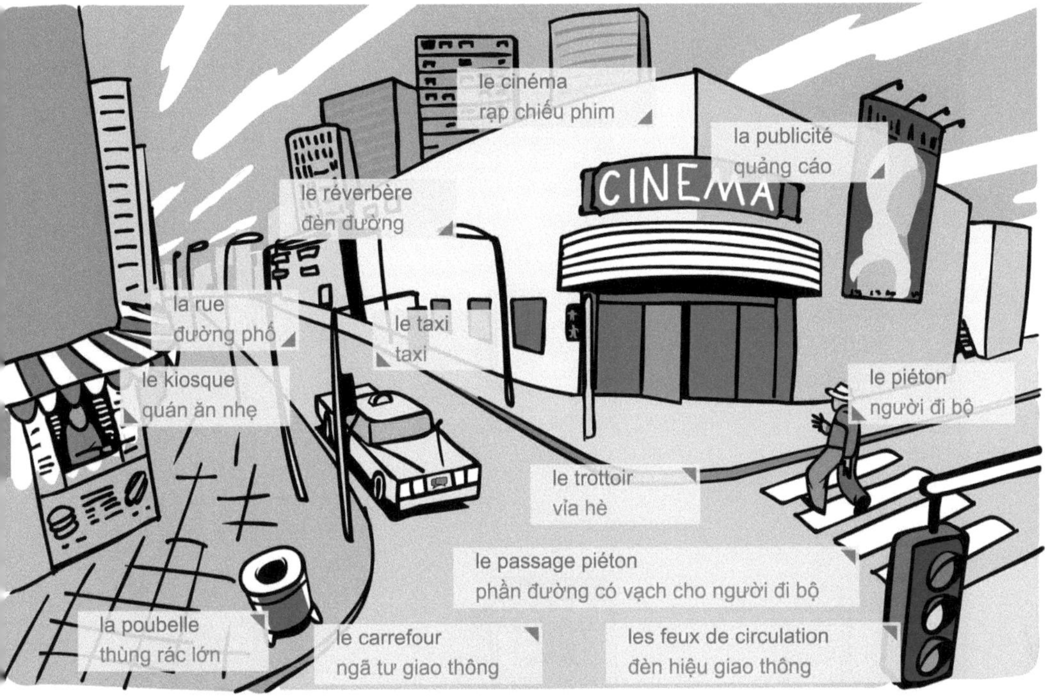

le cinéma
rạp chiếu phim

la publicité
quảng cáo

le réverbère
đèn đường

CINEMA

la rue
đường phố

le taxi
taxi

le kiosque
quán ăn nhẹ

le piéton
người đi bộ

le trottoir
vỉa hè

le passage piéton
phần đường có vạch cho người đi bộ

la poubelle
thùng rác lớn

le carrefour
ngã tư giao thông

les feux de circulation
đèn hiệu giao thông

la cabane

nhà chòi

l'appartement

căn hộ

la gare

nhà ga

la mairie

tòa thị chính

le musée

viện bảo tàng

l'école

trường học

la ville - thành phố

l'université

đại học

la banque

ngân hàng

l'hôpital

bệnh viện

l'hôtel

khách sạn

la pharmacie

hiệu thuốc

le bureau

văn phòng

la librairie

hiệu sách

le magasin

cửa hiệu

le fleuriste

cửa hiệu bán hoa

le supermarché

siêu thị

le marché

chợ

le grand magasin

cửa hàng bách hóa

la poissonnerie

người bán cá

le centre commercial

trung tâm mua bán

le port

bến cảng

le parc

công viên

la banque

ghế băng

le pont

cầu

les escaliers

cầu thang

le métro

tàu điện ngầm

le tunnel

đường hầm

l'arrêt de bus

trạm xe buýt

le bar

quán bar

le restaurant

khách sạn

la boîte à lettres

hòm thư công cộng

le panneau indicateur

bảng hiệu đường

le parcmètre

đồng hồ đậu xe

le zoo

vườn bách thú

le réverbère

bể bơi

la mosquée

nhà thờ Hồi giáo

la ville - thành phố

la ferme

nông trại

la pollution

ô nhiễm môi trường

la cimetière

nghĩa trang

l'église

nhà thờ

l'aire de jeux

sân chơi

le temple

ngôi đền

le paysage
phong cảnh

la feuille
lá cây

le panneau indicateur
bảng chỉ đường

le chemin
lối đi

le pré
bãi cỏ

la pierre
hòn đá

le randonneur
người đi bộ đường dài

l'arbre
cây

la rivière
sông

l'herbe
cỏ

la fleur
bông hoa

la vallée
thung lũng

la montagne
đồi

le lac
hồ nước

la forêt
rừng

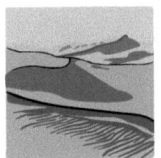

le désert
sa mạc

le volcan
núi lửa

le château
lâu đài

l'arc-en-ciel
cầu vồng

le champignon
nấm

le palmier
cây cọ

le moustique
con muỗi

la mouche
con ruồi

les fourmis
con kiến

l'abeille
con ong

l'araignée
con nhện

le coléoptère

bọ cánh cứng

la grenouille

con ếch

l'écureuil

con sóc

le hérisson

con nhím

le lièvre

con thỏ

la chouette

con cú

l'oiseau

con chim

le cygne

thiên nga

le sanglier

heo rừng

le cerf

con hươu

l'élan

nai sừng tấm

le barrage

đê

l'éolienne

tuabin gió

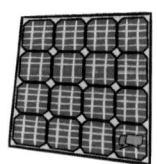

le panneau solaire

tấm năng lượng mặt trời

le climat

khí hậu

le restaurant
khách sạn

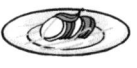

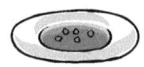

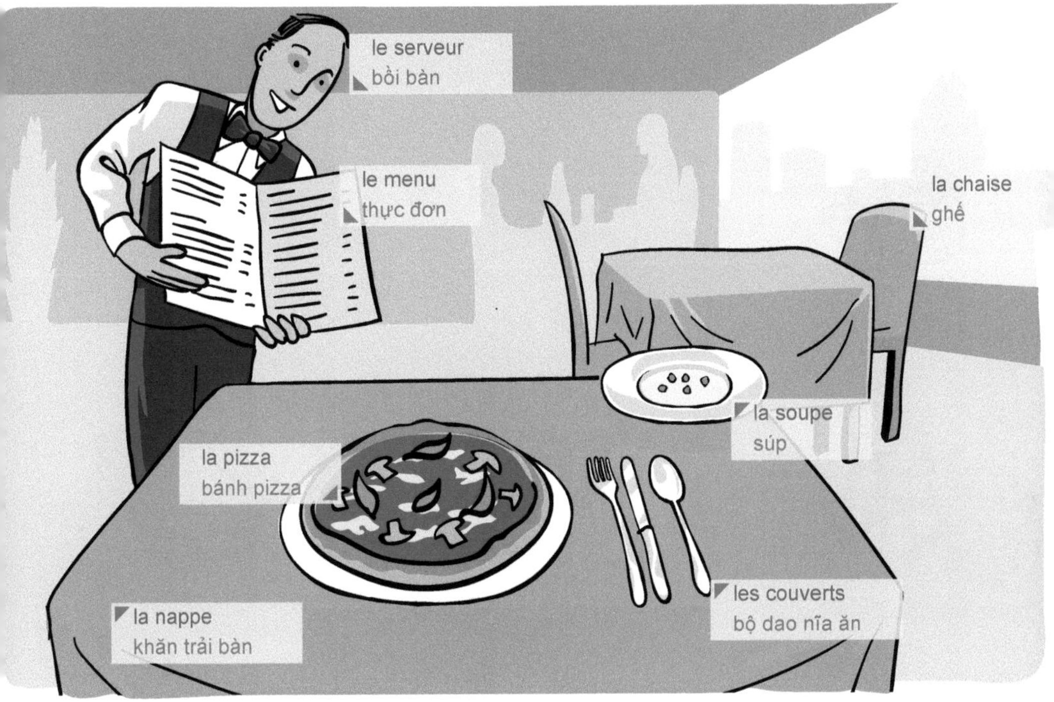
le serveur
bồi bàn
le menu
thực đơn
la chaise
ghế
la soupe
súp
la pizza
bánh pizza
les couverts
bộ dao nĩa ăn
la nappe
khăn trải bàn

les hors d'œuvre

món ăn khai vị

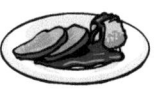

le plat principal

món ăn chính

le dessert

món tráng miệng

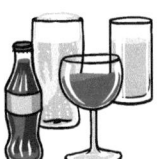

les boissons

thức uống

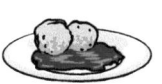

l'alimentation

thức ăn

la bouteille

cái chai

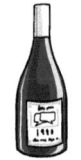

le fast-food

thức ăn nhanh

les plats à emporter

thức ăn đường phố

la théière

ấm trà

le sucrier

hộp đường

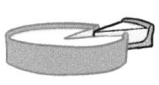

la portion

khẩu phần

la machine à expresso

máy pha espresso

la chaise haute

ghế cao

la facture

hóa đơn

le plateau

khay

le couteau

dao

la fourchette

nĩa

la cuillère

thìa

la cuillère à thé

thìa uống trà

la serviette

khăn ăn

le verre

cốc thủy tinh

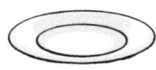

l'assiette

đĩa

l'assiette à soupe

đĩa súp

la soucoupe

đĩa lót cốc

la sauce

nước sốt

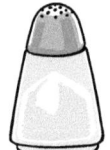

la salière

lọ muối

le moulin à poivre

cái xay tiêu

le vinaigre

giấm

l'huile

dầu

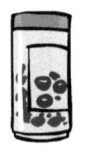

les épices

gia vị

le ketchup

nước xốt cà chua

la moutarde

tương hạt cải

la mayonnaise

nước sốt mayonnaise

le supermarché
siêu thị

l'offre promotionnelle
chào giá đặc biệt
FOR
le client
khách hàng
les produits laitiers
sản phẩm từ sữa
les fruits
trái cây
le chariot
xe đẩy mua sắm

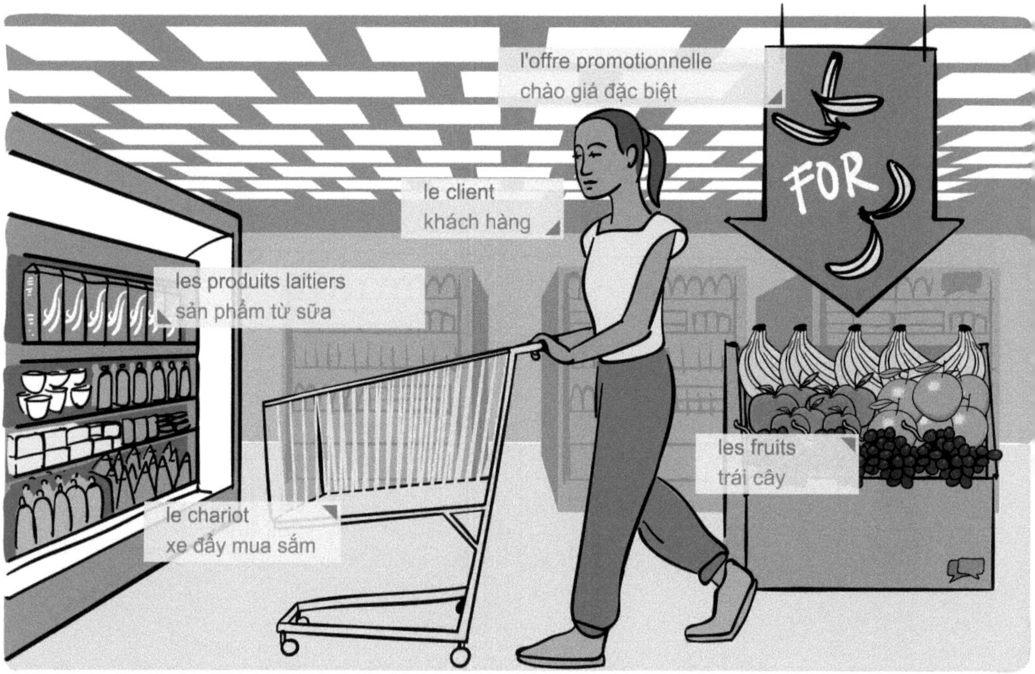

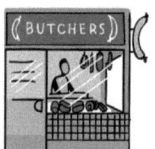

BUTCHERS

la boucherie

lò mổ

BAKERY

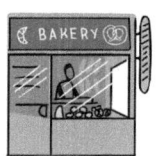

la boulangerie

cửa hiệu bán bánh mì

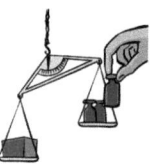

peser

cân nặng

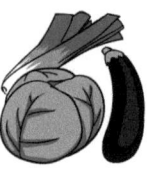

les légumes

rau quả

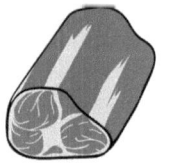

la viande

thịt

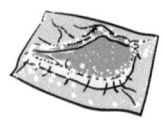

les aliments surgelés

thức ăn đông lạnh

la charcuterie

lát thịt nguội

les conserves

đồ hộp

la poudre à lessive

bột giặt

les bonbons

đồ ngọt

les articles ménagers

sản phẩm dùng trong gia đình

les détergents

chất tẩy rửa

la vendeuse

người bán hàng

la caisse

quầy trả tiền

le caissier

nhân viên thu ngân

la liste d'achats

danh sách mua sắm

les heures d'ouverture

giờ mở cửa

le portefeuille

ví tiền

la carte de crédit

thẻ tín dụng

le sac

túi đeo

le sac en plastique

túi ny lông

l'eau

nước

le jus de fruit

nước quả ép

le lait

sữa

le coca

coca-cola

le vin

rượu vang

la bière

bia

l'alcool

cồn

le chocolat chaud

cacao

le thé

trà

lo café

cà phê

l'expresso

espresso

le cappuccino

cappuccino

la banane

chuối

la pomme

quả táo

l'orange

quả cam

le melon

dưa hấu

le citron.

chanh

la carotte

cà rốt

l'ail

tỏi

le bambou

tre

l'oignon

củ hành

le champignon

nấm

les noisettes

hạt dẻ

les pâtes

mì

les spaghetti

mì spaghetti

le riz

cơm

la salade

xà lách

les pommes frites

khoai tây chiên

les pommes de terre rôties

khoai tây chiên

la pizza

bánh pizza

le hamburger

bánh hamburger

le sandwich

bánh mì sandwich

l'escalope

thịt côtlet

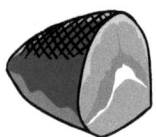

le jambon

thịt giăm bông

le salami

xúc xích

la saucisse

dồi

le poulet

gà

le rôti

rán

le poisson

cá

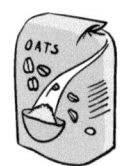

les flocons d'avoine

cháo yến mạch

le muesli

cháo muesli

les cornflakes

bánh bột ngô nướng

la farine

bột mì

le croissant

bánh sừng bò

les petits-pains

bánh mì

le pain

bánh mì

le pain grillé

bánh mì nướng

les biscuits

bánh bích quy

le beurre

bơ

le fromage blanc

sữa đông

le gâteau

bánh ngọt

l'œuf

trứng

l'œuf au plat

trứng rán

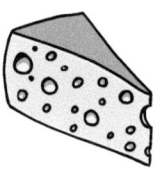

le fromage

pho mát

l'alimentation - thức ăn

la glace

kem

le sucre

đường

le miel

mật ong

la confiture

mứt

la crème nougat

kem nougat

le curry

cà ri

la ferme
nông trại

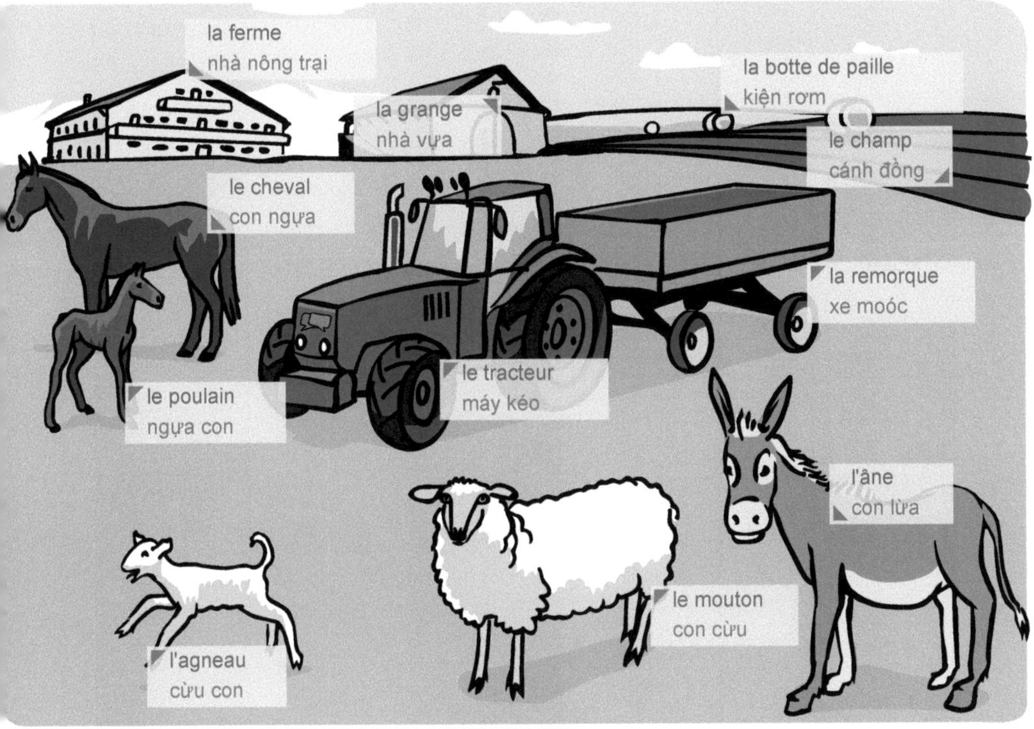

la ferme
nhà nông trại
la botte de paille
kiện rơm
la grange
nhà vựa
le champ
cánh đồng
le cheval
con ngựa
la remorque
xe moóc
le tracteur
máy kéo
le poulain
ngựa con
l'âne
con lừa
le mouton
con cừu
l'agneau
cừu con

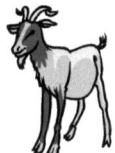

la chèvre

con dê

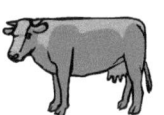

la vache

con bò

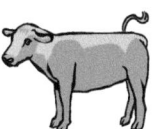

le veau

con bê

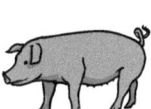

le porc

con lợn

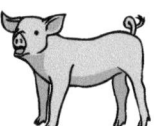

le porcelet

lợn con

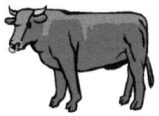

le taureau

bò đực

l'oie

con ngỗng

le canard

con vịt

le poussin

gà con

la poule

gà mái

le coq

gà trống

le rat

con chuột

le chat

mèo

la souris

chuột nhắt

le bœuf

bò đực

le chien

con chó

le chenil

nhà chuồng chó

le tuyau de jardin

ống tưới vườn cây

l'arrosoir

thùng tưới cây

la faucheuse

lưỡi hái

la charrue

cái cày

la faucille

cái liềm

la pioche

cái cuốc

la fourche

cái chĩa

la hache

cái rìu

la brouette

xe cút kít

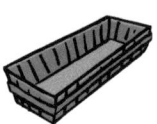

la cuve

máng ăn

le pot à lait

lọ sữa

le sac

bao tải

la clôture

hàng rào

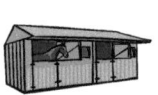

l'étable

chuồng

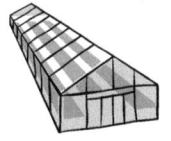

le serre

nhà kính trồng cây

le sol

đất trồng

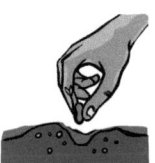

les semences

hạt giống

l'engrais

phân bón

la moissonneuse-batteuse

máy gặt đập liên hợp

récolter

thu hoạch

la récolte

mùa thu hoạch

l'igname

khoai lang

le blé

lúa mì

le soja

đậu nành

la pomme de terre

khoai tây

le maïs

ngô

le colza

hạt cải dầu

l'arbre fruitier

cây ăn trái

le manioc

sắn

les céréales

ngũ cốc

la maison
nhà

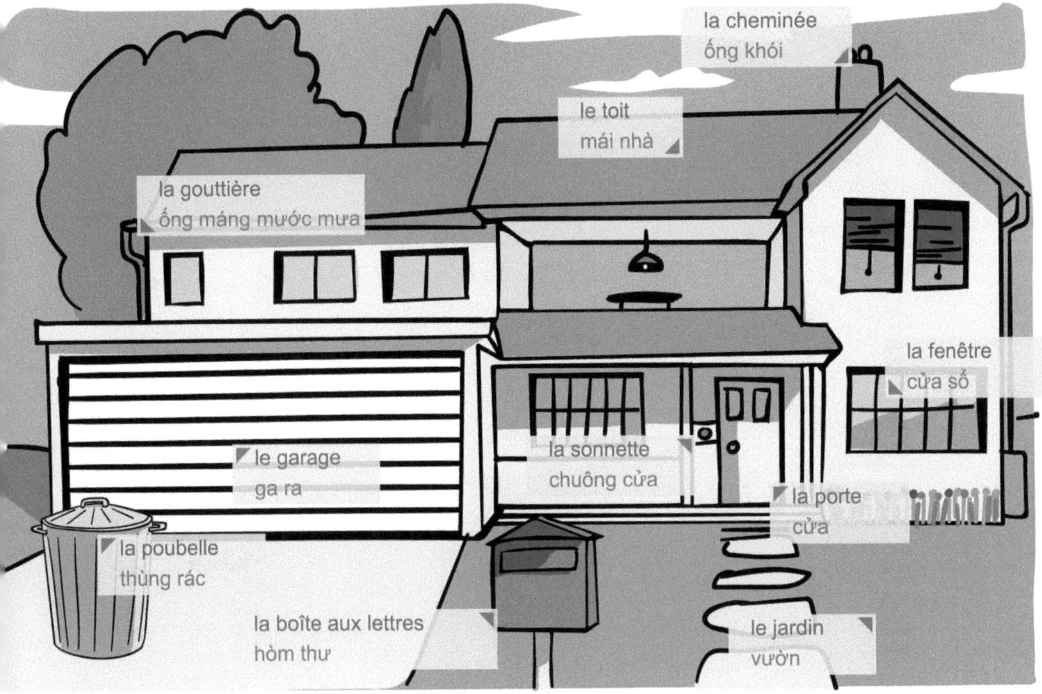
la cheminée
ống khói
le toit
mái nhà
la gouttière
ống máng mước mưa
la fenêtre
cửa sổ
le garage
ga ra
la sonnette
chuông cửa
la porte
cửa
la poubelle
thùng rác
la boîte aux lettres
hòm thư
le jardin
vườn

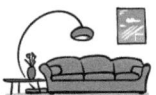

le salon

phòng khách

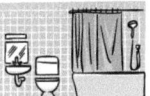

la salle de bain

phòng tắm

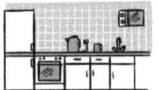

la cuisine

bếp

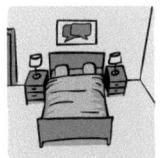

la chambre à coucher

phòng ngủ

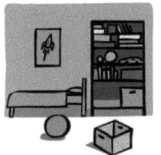

la chambre d'enfant

phòng trẻ em

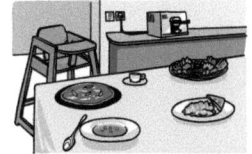

la salle à manger

phòng ăn

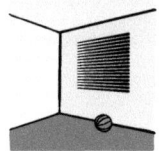

le sol

nền nhà

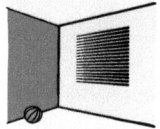

le mur

tường

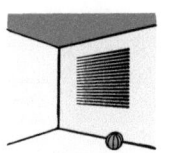

le plafond

trần nhà

la cave

tầng hầm

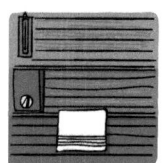

le sauna

tắm hơi

le balcon

ban công

la terrasse

sân hiên

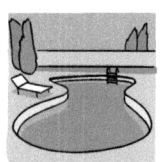

la piscine

bể bơi

la tondeuse à gazon

máy cắt cỏ

la housse

khăn trải giường

la couette

khăn trải giường

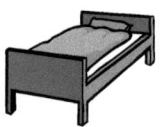

le lit

giường

le balai

chổi

le sceau

cái xô

l'interrupteur

công tắc điện

le salon
phòng khách

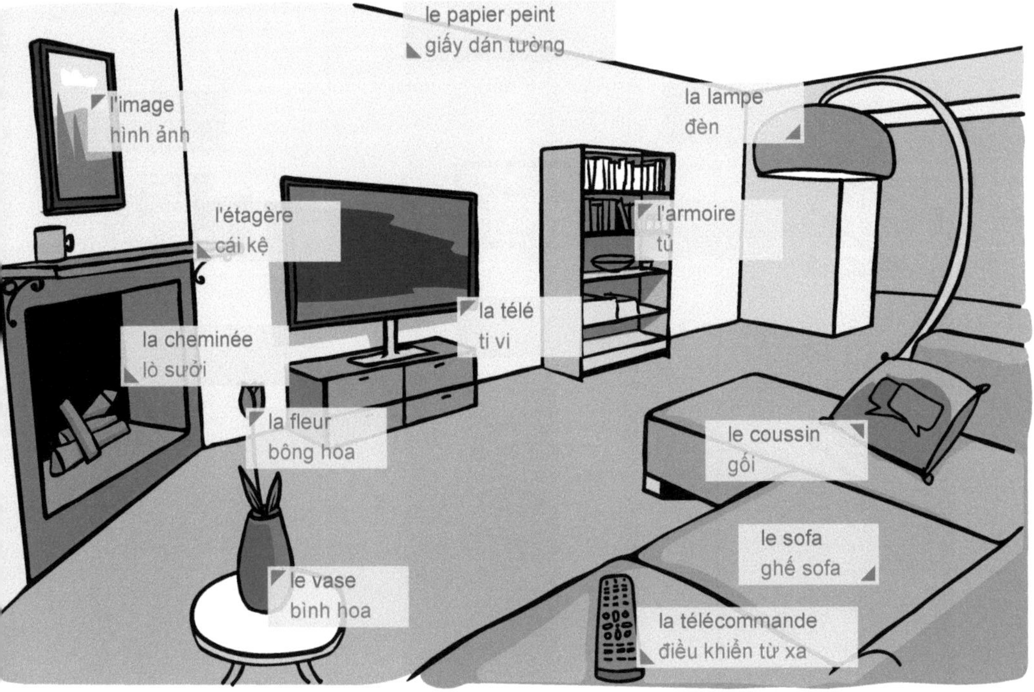

le papier peint
giấy dán tường
l'image
hình ảnh
la lampe
đèn
l'étagère
cái kệ
l'armoire
tủ
la télé
ti vi
la cheminée
lò sưởi
la fleur
bông hoa
le coussin
gối
le sofa
ghế sofa
le vase
bình hoa
la télécommande
điều khiển từ xa

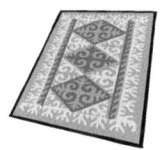

le tapis

thảm

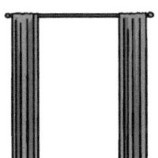

le rideau

rèm

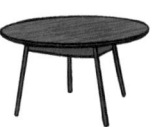

la table

cái bàn

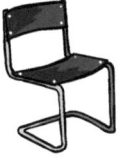

la chaise

ghế

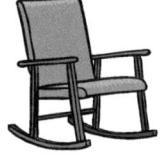

la chaise à bascule

ghế bập bênh

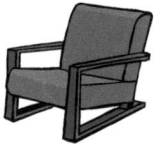

le fauteuil

ghế bành

le livre

sách

la couverture

cái chăn

la décoration

đồ trang trí

le bois de chauffage

củi

le film

phim

la chaîne hi-fi

máy hi-fi

la clé

chìa khóa

le journal

báo

la peinture

bức tranh

le poster

áp phích

la radio

radio

le bloc-notes

sổ ghi chép

l'aspirateur

máy hút bụi

le cactus

cây xương rồng

la bougie

cây nến

la cuisine
bếp

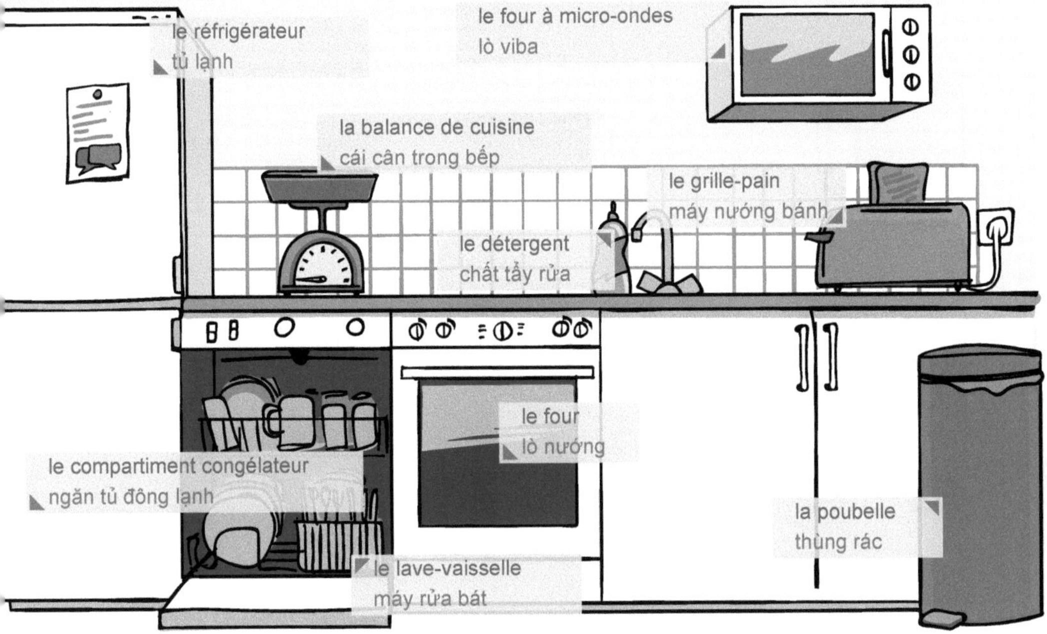

le réfrigérateur
tủ lạnh
le four à micro-ondes
lò viba
la balance de cuisine
cái cân trong bếp
le grille-pain
máy nướng bánh
le détergent
chất tẩy rửa
le four
lò nướng
le compartiment congélateur
ngăn tủ đông lạnh
la poubelle
thùng rác
le lave-vaisselle
máy rửa bát

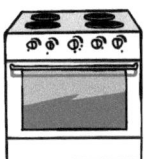

le four

lò nấu

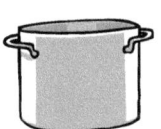

la casserole

nồi

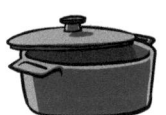

la marmite

nồi sắt

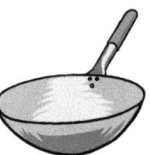

le wok / kadai

chảo

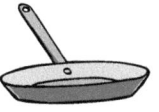

la poêle

chảo

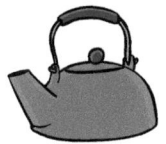

la bouilloire electrique

ấm đun nước

le cuiseur vapeur

nồi đun hơi

la plaque de cuisson

khay lò nướng

la vaisselle

bát đĩa

le gobelet

cốc

la coupe

cái bát

les baguettes

đũa

la louche

cái vá

la spatule

bàn xẻng

le fouet

que đánh kem

la passoire

rây dùng trong bếp

le tamis

cái rây lọc

la râpe

cái nạo

le mortier

vữa

le barbecue

vỉ nướng

la cheminée

ngọn lửa trần

la planche à découper

cái thớt

le rouleau à pâtisserie

trục cán bột

le tire-bouchon

cái mở nút chai

la boîte

vỏ đồ hộp

l'ouvre-boîte

cái mở vỏ đồ hộp

les maniques

miếng nhấc nồi

le lavabo

bồn rửa bát

la brosse

bàn chải

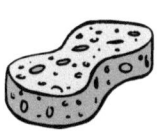

l'éponge

miếng xốp

le mixeur

máy xay

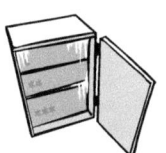

le congélateur

tủ đông lạnh

le biberon

bình sữa cho trẻ sơ sinh

le robinet

vòi nước

la salle de bain
phòng tắm

la douche
vòi hoa sen
le chauffage
lò sưởi
la serviette
khăn lau
le rideau de douche
rèm che ngăn tắm
le bain moussant
tắm bọt
la baignoire
bồn tắm
le verre
cốc thủy tinh
la machine à laver
máy giặt
le robinet
vòi nước
le carrelage
gạch lát
le pot
cái bô
le lavabo
bồn rửa bát

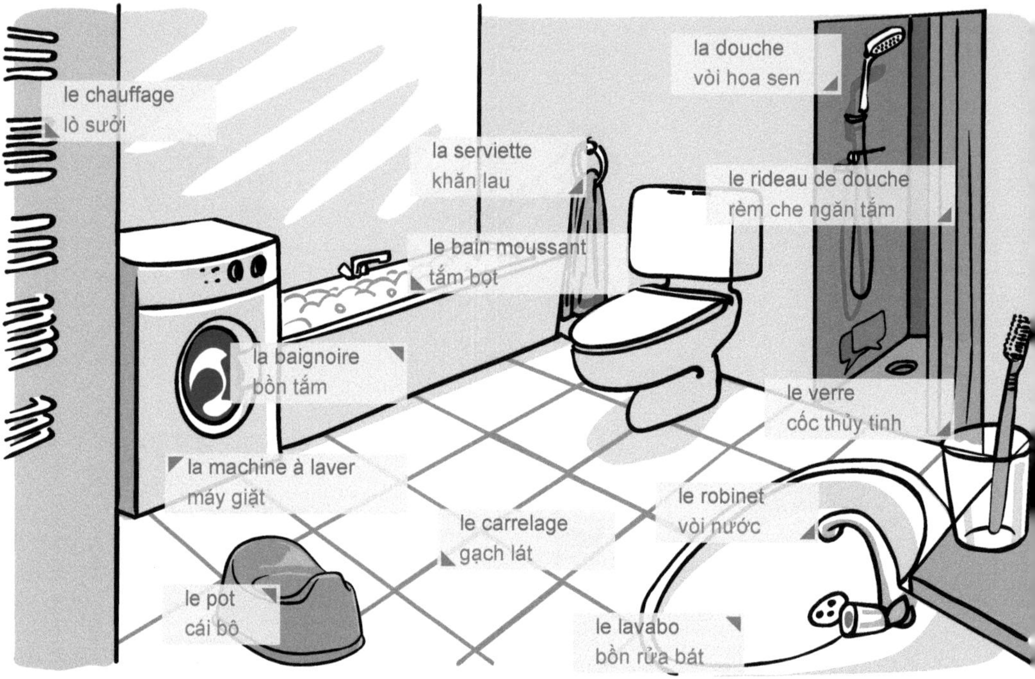

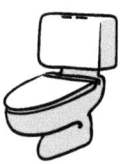

les toilettes

bồn cầu

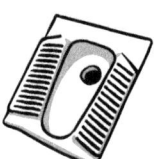

la toilette à la turque

bồn cầu ngồi xổm

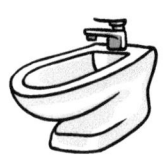

le bidet

bồn rửa hậu môn

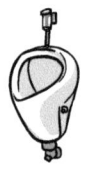

l'urinoir

bồn tiểu tiện

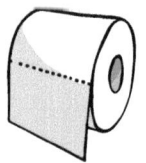

le papier toilette

giấy vệ sinh

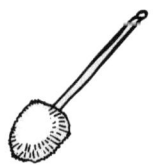

la brosse à toilette

bàn chải cọ bồn cầu

la brosse à dents

bàn chải đánh răng

le dentifrice

kem đánh răng

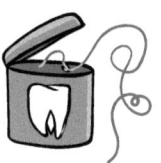

le fil dentaire

chỉ nha khoa

laver

rửa

la douche manuelle

vòi sen cầm tay

la douche intime

vòi rửa hậu môn

la vasque

bồn rửa

la brosse dorsale

bàn chải cọ lưng

le savon

xà phòng

le gel douche

sữa tắm

le shampooing

dầu gội

le gant de toilette

khăn cọ để tắm

l'écoulement

lỗ thoát nước

la crème

kem

le déodorant

chất khử mùi

le miroir

gương

le miroir cosmétique

gương tay

le rasoir

dao cạo râu

la mousse à raser

kem cạo râu

l'après-rasage

nước thơm dùng sau khi cạo râu

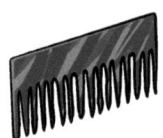

la peigne

cái lược

la brosse

bàn chải

le sèche-cheveux

máy xấy tóc

la laque pour cheveux

keo xịt tóc

le fond de teint

đồ trang điểm

le rouge à lèvres

thỏi son môi

le vernis à ongles

sơn bôi móng

l'ouate

bông

le coupe-ongles

kéo cắt móng

le parfum

nước hoa

la trousse de toilette

túi đựng đồ tắm

le tabouret

ghế đầu

le pèse-personne

cái cân

le peignoir

áo choàng tắm

les gants de nettoyage

găng tay làm vệ sinh

le tampon

nút gạc

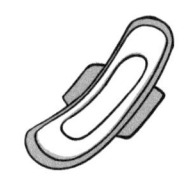

les serviettes hygiéniques

băng vệ sinh

la toilette chimique

nhà vệ sinh hóa chất

la chambre d'enfant

phòng trẻ em

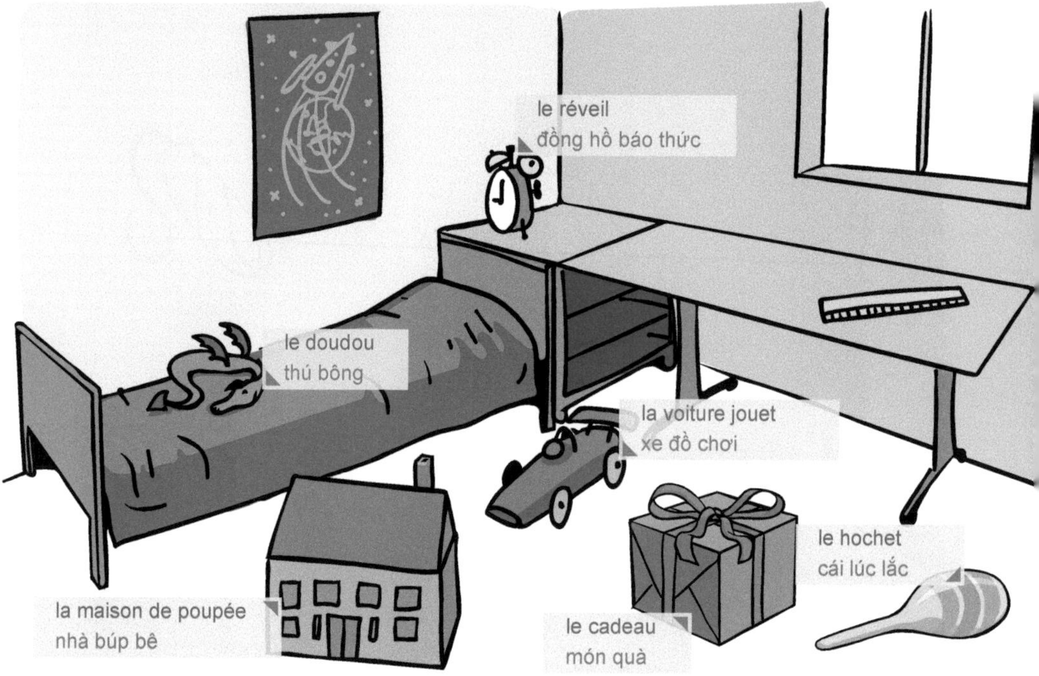

le réveil
đồng hồ báo thức
le doudou
thú bông
la voiture jouet
xe đồ chơi
le hochet
cái lúc lắc
la maison de poupée
nhà búp bê
le cadeau
món quà

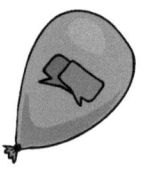

le ballon

bong bóng

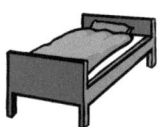

le lit

giường

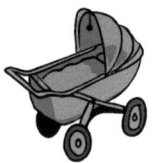

la poussette

xe nôi

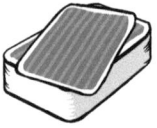

le jeu de cartes

trò chơi bài

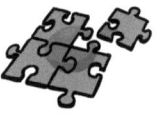

le puzzle

trò chơi ghép hình

SUPER
MEGA

la bande dessinée

truyện tranh

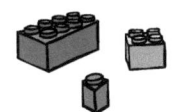

les pièces lego

gạch Lego

les blocs de construction

khối xếp hình

la figurine

nhân vật hành động

la grenouillère

áo liền quần cho trẻ sơ sinh

le frisbee

đĩa nhựa để ném

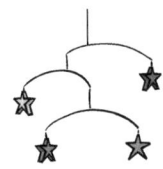

le mobile

đồ chơi treo trên giường

le jeu de société

trò chơi cờ bàn

le dé

xúc xắc

le train miniature

đồ chơi xe lửa mô hình

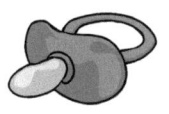

la sucette

ti giả

la fête

buổi tiệc

le livre d'images

sách tranh

la balle

quả bóng

la poupée

búp bê

jouer

chơi

le bac à sable

hố cát

la balançoire

cái đu

les jouets

đồ chơi

la console de jeu

máy chơi game cầm tay

le tricycle

xe ba bánh

l'ours en peluche

gấu bông

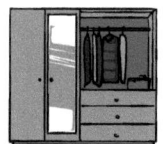

l'armoire

tủ quần áo

les vêtements
y phục

les chaussettes

bít tất

les bas

bít tất dài

le collant

quần tất

l'écharpe
khăn choàng cổ

le parapluie
ô che mưa

le t-shirt
áp phông

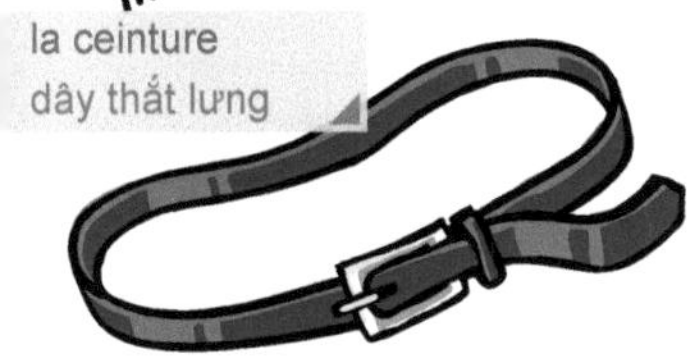

la ceinture
dây thắt lưng

les bottes
ủng

les pantoufles
dép đi trong nhà

les baskets
giày sneaker

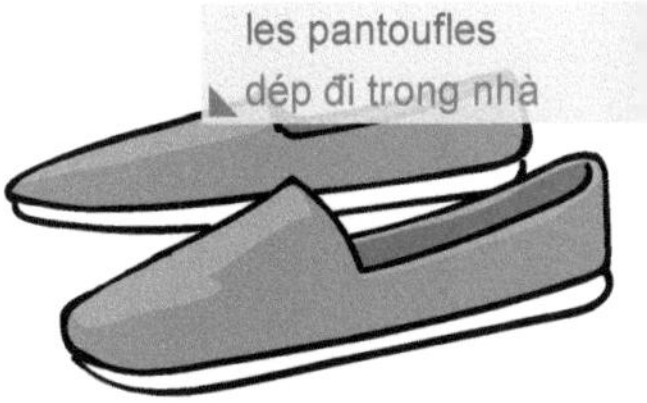

les sandales
dép xăng đan

les chaussures
giày

les bottes de caoutchouc
ủng cao su

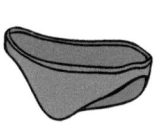

les sous-vêtements
quần lót

le soutien-gorge
áo ngực

le maillot de corps
áo vest

le body

áo ôm sát cơ thể

le pantalon

quần dài

le jean

quần bò

la jupe

váy

le chemisier

áo cánh

la chemise

áo sơ mi

le pull

áo len chui đầu

le sweat à capuche

áo len

la veste

áo blazer

la veste

áo jacket

le manteau

áo khoác

l'imperméable

áo mưa

le costume

trang phục

la robe

áo váy

la robe de mariée

áo cưới

le costume

bộ com lê

la chemise de nuit

áo ngủ

le pyjama

pijama

le sari

trang phục sari

le foulard

khăn trùm đầu

le turban

khăn đội đầu

la burqa

áo burka

le caftan

áo captan

l'abaya

áo aba

le maillot de bain

quần áo bơi

le maillot de bain

quần bơi

le short

quần đùi

la tenue d'entraînement

quần áo tracksuit

le tablier

tạp dề

les gants

găng tay

les vêtements - y phục

le bouton

cái cúc

les lunettes

kính mắt

le bracelet

vòng đeo tay

le collier

vòng cổ

la bague

nhẫn

la boucle d'oreille

hoa tai

le bonnet

mũ lưỡi trai

le cintre

cái mắc treo áo quần

le chapeau

mũ

la cravate

cà vạt

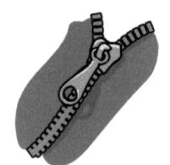

la fermeture éclair

dây kéo phéc mơ tuya

le casque

mũ bảo hiểm

les bretelles

dây đeo quần

l'uniforme scolaire

đồng phục học sinh

l'uniforme

đồng phục

le bavoir

yếm trẻ em

la sucette

ti giả

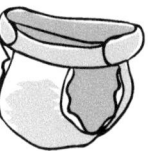

la lange

tã lót

le bureau

văn phòng

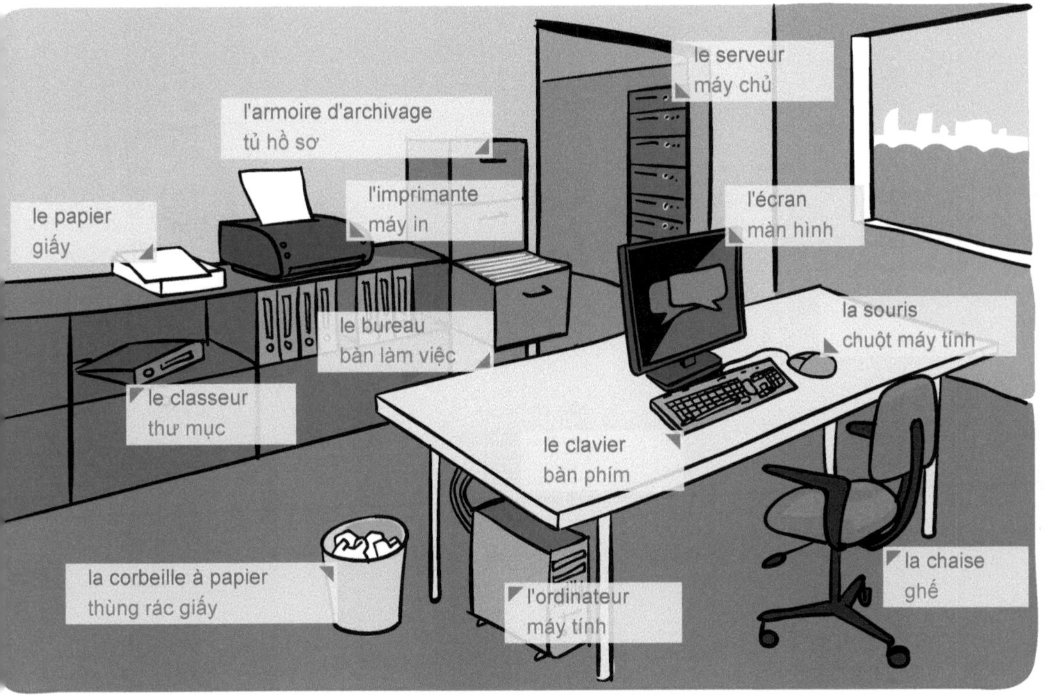

le serveur
máy chủ

l'armoire d'archivage
tủ hồ sơ

l'imprimante
máy in

l'écran
màn hình

le papier
giấy

le bureau
bàn làm việc

la souris
chuột máy tính

le classeur
thư mục

le clavier
bàn phím

la corbeille à papier
thùng rác giấy

la chaise
ghế

l'ordinateur
máy tính

la tasse de café

cốc cà phê

la calculatrice

máy tính bỏ túi

l'internet

internet

l'ordinateur portable

laptop

la lettre

thư

le message

tin nhắn

le portable

điện thoại di động

le réseau

mạng

la photocopieuse

máy photocopy

le logiciel

phần mềm

le téléphone

điện thoại

la prise

ổ cắm điện

le fax

máy fax

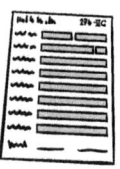

le formulaire

mẫu đơn

le document

chứng từ

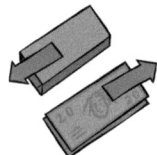

acheter

mua

payer

trả tiền

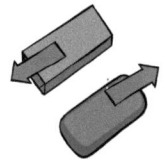

faire du commerce

buôn bán

la monnaie

tiền

 USD

le dollar

đô la

 EUR

l'euro

Euro

 JPY

le yen

yên

 RUB

le rouble

rúp

 CHF

le franc suisse

franc Thụy Sĩ

 CNY

le renminbi yuan

nhân dân tệ

 INR

la roupie

rupi

le distributeur automatique

máy rút tiền tự động

le bureau de change

quầy đổi tiền

l'or

vàng

l'argent

bạc

le pétrole

dầu

l'énergie

năng lượng

le prix

giá tiền

le contrat

hợp đồng

la taxe

thuế

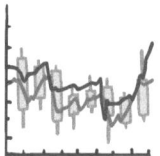

l'action

cổ phiếu

travailler

làm việc

l'employé

nhân viên

l'employeur

chủ lao động

l'usine

nhà máy

le magasin

cửa hiệu

les professions
nghề nghiệp

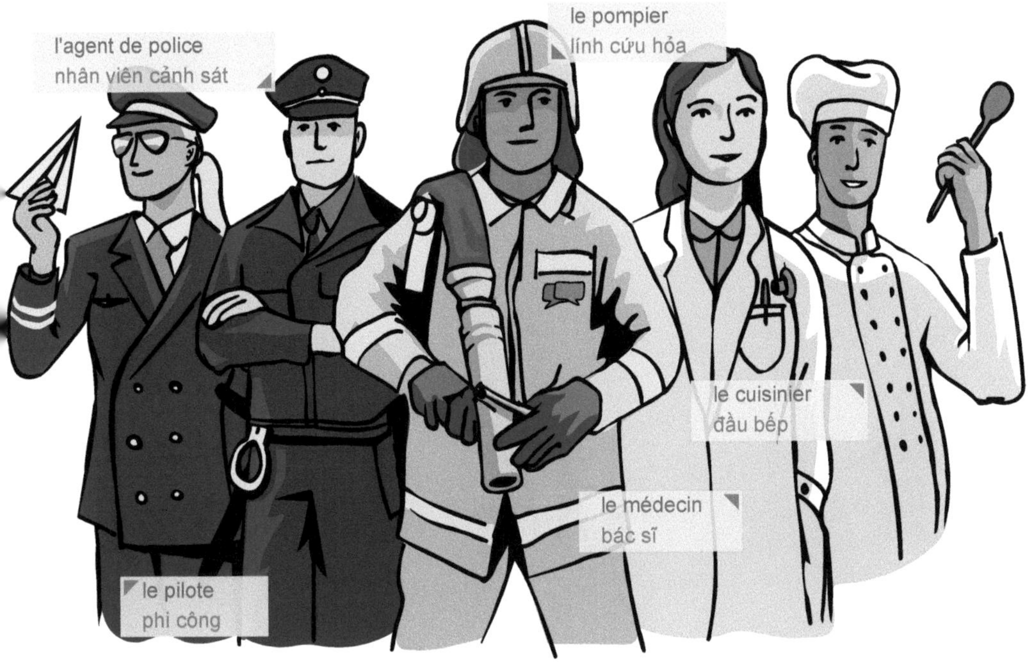
le pompier
lính cứu hỏa
l'agent de police
nhân viên cảnh sát
le cuisinier
đầu bếp
le médecin
bác sĩ
le pilote
phi công

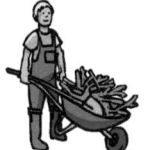

le jardinier

người làm vườn

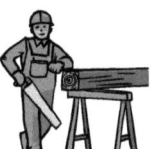

le menuisier

thợ mộc

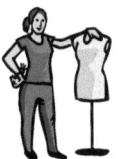

la couturière

thợ may

le juge

chánh án

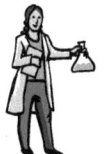

le chimiste

nhà hóa học

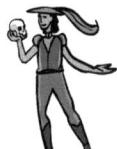

l'acteur

diễn viên

le conducteur de bus

tài xế xe buýt

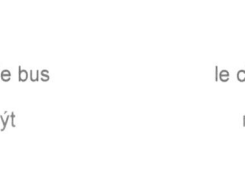

le chauffeur de taxi

người lái taxi

le pêcheur

ngư dân

la femme de ménage

người lau dọn vệ sinh

le couvreur

thợ lợp mái nhà

le serveur

bồi bàn

le chasseur

thợ săn

le peintre

họa sĩ

le boulanger

thợ làm bánh

l'électricien

thợ điện

l'ouvrier

thợ xây dựng

l'ingénieur

kỹ sư

le boucher

người hàng thịt

le plombier

thợ sửa ống nước

le facteur

người đưa thư

le soldat

người lính

l'architecte

kiến trúc sư

le caissier

nhân viên thu ngân

le fleuriste

người bán hoa

le coiffeur

thợ cắt tóc

le contrôleur

nhân viên soát vé

le mécanicien

thợ cơ khí

le capitaine

thuyền trưởng

le dentiste

nha sĩ

le scientifique

nhà khoa học

le rabbin

giáo sĩ Do thái

l'imam

lãnh tụ Hồi giáo

le moine

nhà sư

le prêtre

mục sư

les outils

dụng cụ

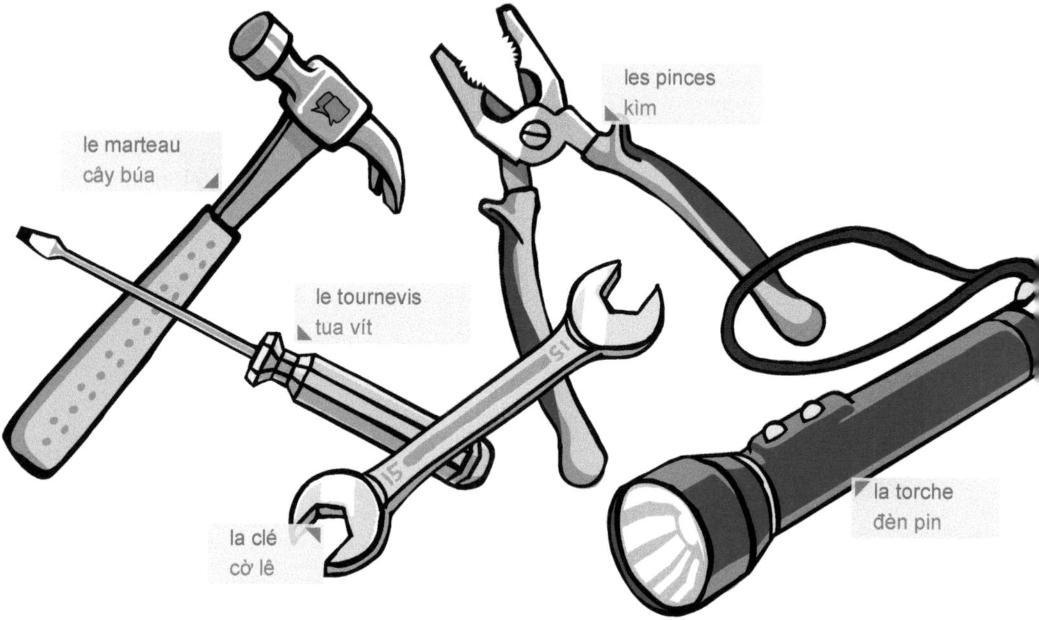

le marteau
cây búa
les pinces
kìm
le tournevis
tua vít
la clé
cờ lê
la torche
đèn pin

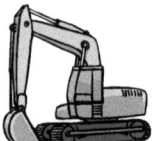

la pelleteuse

máy xúc đất

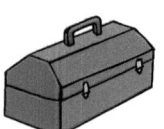

la boîte à outils

hộp dụng cụ

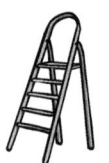

l'échelle

cái thang

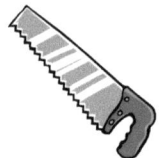

la scie

cưa

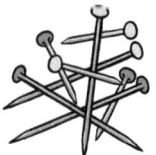

les clous

đinh

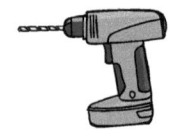

la perceuse

máy khoan

réparer

sửa chữa

la pelle

cái xẻng

Mince !

khốn nạn!

la pelle

cái hót rác

le pot de peinture

thùng sơn

les vis

vít

les instruments de musique
nhạc cụ

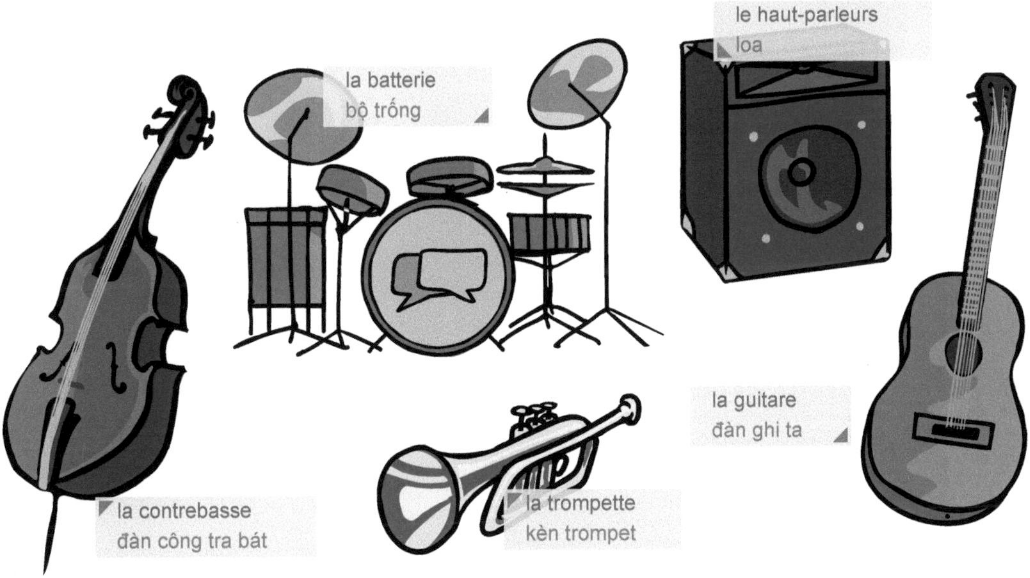

la batterie
bộ trống

le haut-parleurs
loa

la guitare
đàn ghi ta

la contrebasse
đàn công tra bát

la trompette
kèn trompet

le piano

đàn piano

le violon

đàn vĩ cầm

la basse

ghi ta bass

les timbales

trống định âm

le tambour

trống

le piano électrique

đàn organ

le saxophone

kèn Saxophone

la flûte

sáo

le microphone

micro

le zoo
vườn bách thú

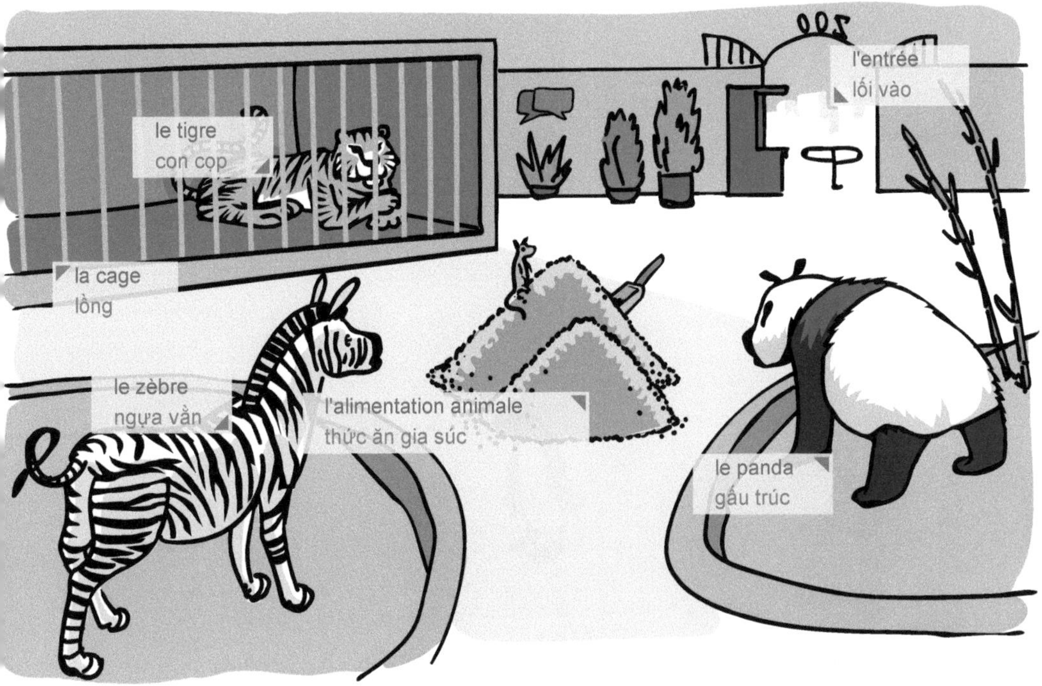
l'entrée
lối vào
le tigre
con cọp
la cage
lồng
le zèbre
ngựa vằn
l'alimentation animale
thức ăn gia súc
le panda
gấu trúc

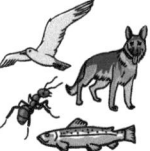

les animaux
động vật

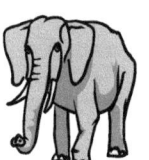

l'éléphant
con voi

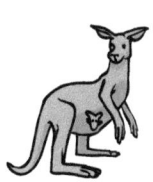

le kangourou
chuột túi

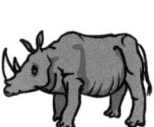

le rhinocéros
tê giác

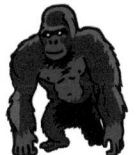

le gorille
khỉ đột

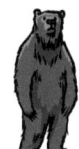

l'ours
con gấu

le chameau

lạc đà

l'autruche

đà điểu

le lion

sư tử

le singe

con khỉ

le flamand rose

hồng hạc

le perroquet

con vẹt

l'ours polaire

gấu bắc cực

le pingouin

chim cánh cụt

le requin

cá mập

le paon

con công

le serpent

con rắn

le crocodile

cá sấu

le gardien de zoo

người trông giữ vườn bách
thú

le phoque

hải cẩu

le jaguar

báo đốm

le zoo - vườn bách thú

le poney

ngựa lùn

le léopard

con báo

l'hippopotame

hà mã

la girafe

hươu cao cổ

l'aigle

đại bàng

le sanglier

heo rừng

le poisson

cá

la tortue

con rùa

le morse

hải mã

le renard

con cáo

la gazelle

linh dương

le zoo - vườn bách thú

l'american Football
bóng bầu dục Mỹ

le cyclisme
đua xe đạp

le tennis
quần vợt

le basket-ball
bóng rổ

la natation
bơi

la boxe
đấm bốc

le hockey sur glace
khúc côn cầu trên băng

le football

bóng đá

le badminton

cầu lông

l'athlétisme

điền kinh

le handball

bóng ném

le ski

trượt tuyết

le polo

polo

les activités
các hoạt động

sauter
nhảy
embrasser
ôm
rire
cười
marcher
đi bộ
chanter
ca hát
rêver
mơ
prier
cầu nguyện
faire la bise
hôn

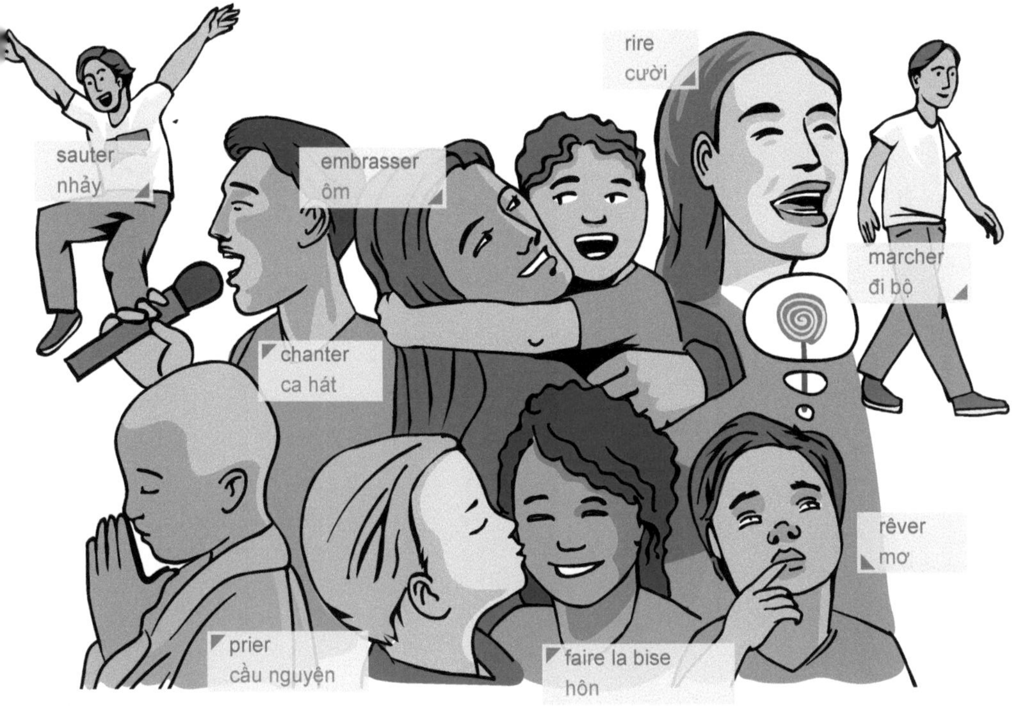

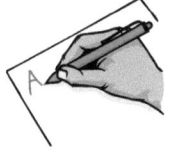

écrire

viết

dessiner

vẽ

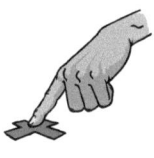

montrer

chỉ trỏ

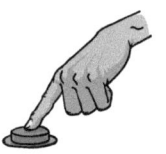

pousser

đẩy

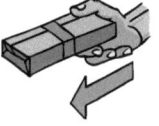

donner

cho

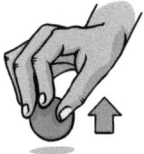

prendre

lấy đi

avoir

có

faire

làm

être

thì / là

être debout

đứng

courir

chạy

trier

kéo

jeter

ném

tomber

rơi

être couché

nằm

attendre

chờ đợi

porter

mang vác

être assis

ngồi

s'habiller

mặc quần áo

dormir

ngủ

se réveiller

thức dậy

regarder

xem

pleurer

khóc

caresser

vuốt ve

peigner

chải

parler

nói chuyện

comprendre

hiểu

demander

câu hỏi

écouter

nghe

boire

uống

manger

ăn

ranger

dọn dẹp

aimer

yêu

cuire

nấu nướng

conduire

lái xe

voler

bay

les activités - các hoạt động

faire de la voile

đi thuyền buồm

calculer

tính toán

lire

đọc

apprendre

học

travailler

làm việc

se marier

cưới

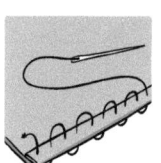

coudre

khâu vá

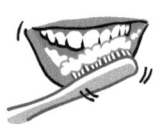

brosser les dents

đánh răng

tuer

giết

fumer

hút thuốc

envoyer

gửi đi

la grand-mère
bà nội (ngoại)

le grand-père
ông nội (ngoại)

le père
cha

la mère
mẹ

le bébé
trẻ con

la fille
con gái

le fils
con trai

l'hôte

khách

la tante

cô (dì)

l'oncle

chú, bác (cậu)

le frère

anh (em) trai

la sœur

chị (em) gái

le corps

cơ thể

le front
trán
l'œil
mắt
l'épaule
vai
le doigt
ngón tay
le visage
mặt
le menton
cằm
la main
bàn tay
la jambe
chân
la poitrine
ngực
le bras
cánh tay

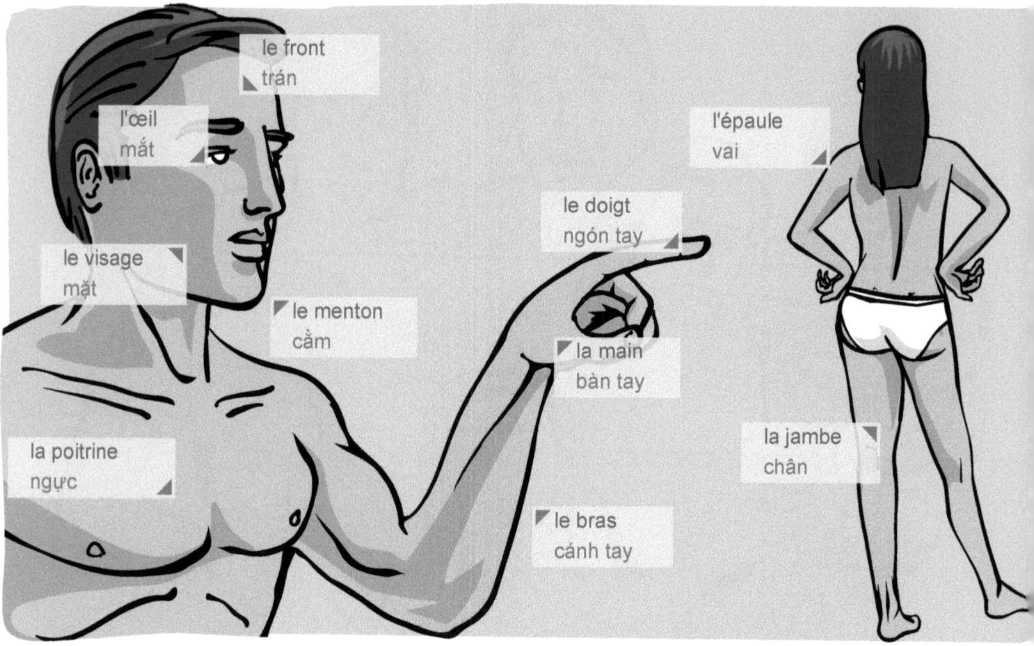

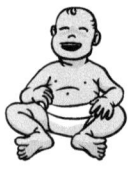

le bébé

trẻ con

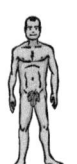

l'homme

đàn ông

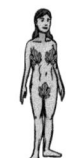

la femme

phụ nữ

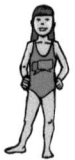

la fille

bé gái

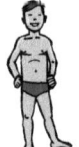

le garçon

bé trai

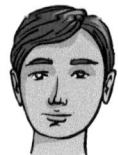

la tête

đầu

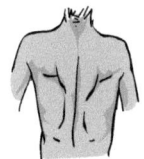

le dos

lưng

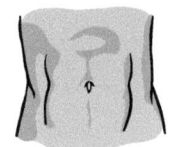

le ventre

bụng

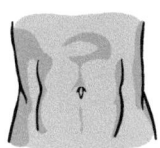

le nombril

rốn

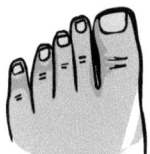

l'orteil

ngón chân

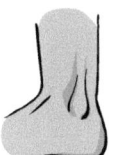

le talon

gót chân

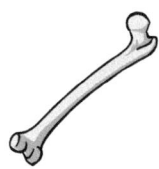

l'os

xương

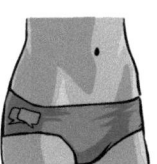

la hanche

hông

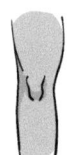

le genou

đầu gối

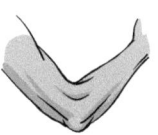

le coude

khuỷu tay

le nez

mũi

les fesses

mông

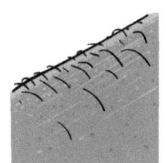

la peau

da

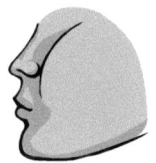

la joue

má

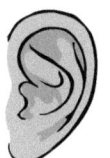

l'oreille

tai

la lèvre

môi

la bouche
miệng

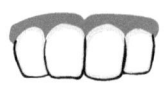

la dent
răng

la langue
lưỡi

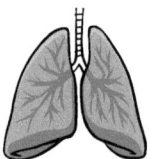

le cerveau
não

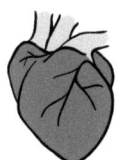

le cœur
tim

le muscle
cơ bắp

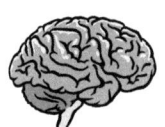

les poumons
phổi

le foie
gan

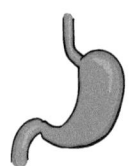

l'estomac
dạ dày

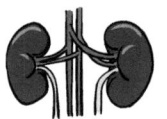

les reins
thận

le rapport sexuel
giao hợp

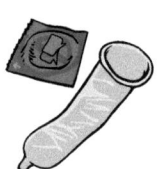

le préservatif
bao cao su

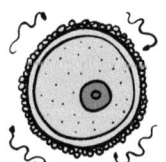

l'ovule
noãn

le sperme
tinh dịch

la grossesse
mang thai

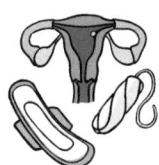

la menstruation

kinh nguyệt

le vagin

âm vật

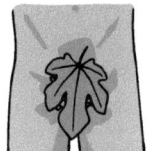

le pénis

dương vật

le sourcil

lông mày

les cheveux

tóc

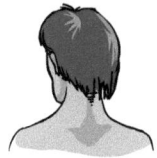

le cou

cổ

le corps - cơ thể

l'hôpital

bệnh viện

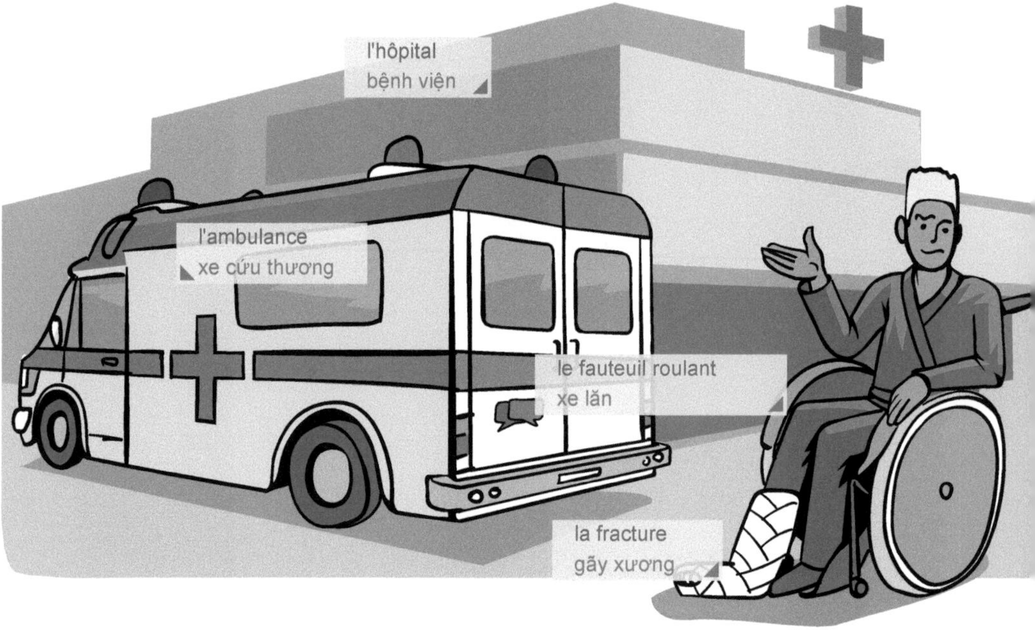

l'hôpital
bệnh viện
l'ambulance
xe cứu thương
le fauteuil roulant
xe lăn
la fracture
gãy xương

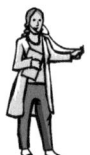

le médecin

bác sĩ

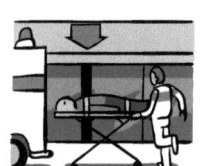

le service des urgences

phòng cấp cứu

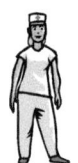

l'infirmière

y tá

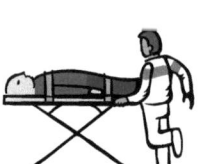

l'urgence

cấp cứu

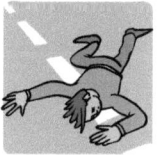

inconscient

bất tỉnh

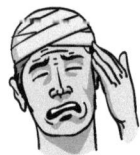

la douleur

cơn đau

la blessure

bị thương

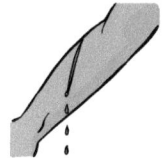

l'hémorragie

chảy máu

la crise cardiaque

nhồi máu cơ tim

l'attaque cérébrale

đột quỵ

l'allergie

dị ứng

la toux

ho

la fièvre

sốt

la grippe

cúm

la diarrhée

tiêu chảy

le mal de tête

đau đầu

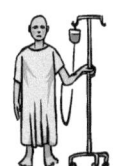

le cancer

ung thư

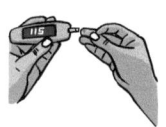

le diabète

bệnh tiểu đường

le chirurgien

bác sĩ phẫu thuật

le scalpel

dao mổ

l'opération

giải phẫu

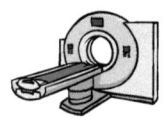

le CT

chụp cắt lớp

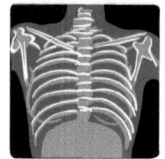

la radiographie

chụp x-quang

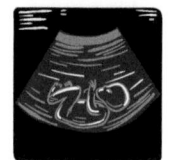

l'échographie

siêu âm

le masque

mặt nạ

la maladie

bệnh

la salle d'attente

phòng đợi

la béquille

cái nạng

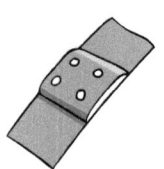

le pansement

băng dán vết thương

le pansement

băng bó

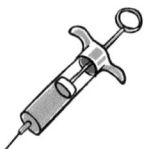

l'injection

tiêm thuốc

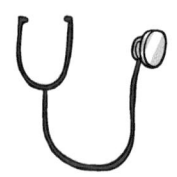

le stéthoscope

ống nghe khám bệnh

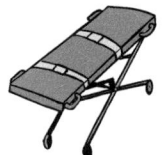

le brancard

băng ca

le thermomètre

nhiệt kế

l'accouchement

sinh đẻ

la surcharge pondérale

thừa cân

l'appareil auditif

máy trợ thính

le désinfectant

chất khử trùng

l'infection

nhiễm trùng

le virus

vi rút

le VIH / le sida

HIV / AIDS

le médicament

thuốc

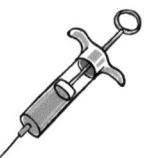

la vaccination

tiêm chủng

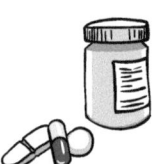

les comprimés

thuốc viên

la pilule

viên thuốc

l'appel d'urgence

gọi cấp cứu

le tensiomètre

máy đo huyết áp

malade / sain

bệnh / khỏe mạnh

Au secours !

cứu!

l'assaut

cuộc đột kích

l'attaque

sự tấn công

le danger

mối nguy hiểm

la sortie de secours

lối thoát hiểm

Au feu!

cháy!

l'extincteur

bình chữa cháy

l'accident

tai nạn

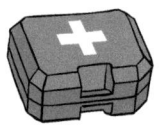

la trousse de premier secours

bộ dụng cụ sơ cứu

SOS

SOS

la police

cảnh sát

l'Europe

châu Âu

l'Amérique du Nord

Bắc Mỹ

l'Amérique du Sud

Nam Mỹ

l'Afrique

châu Phi

l'Asie

châu Á

l'Australie

châu Úc

l'Océan atlantique

Đại Tây Dương

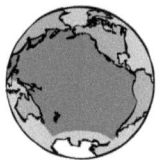

l'Océan pacifique

Thái Bình Dương

l'Océan indien

Ấn Độ Dương

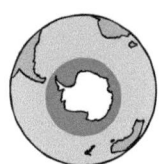

l'Océan antarctique

Nam Cực Dương

l'Océan arctique

Bắc Băng Dương

le Pôle nord

bắc cực

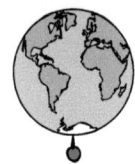

le Pôle sud

nam cực

l'Antarctique

nam cực

la terre

trái đất

le pays

đất liền

la mer

biển

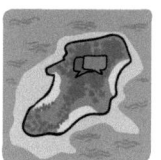

l'île

đảo

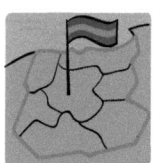

la nation

quốc gia

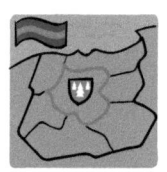

l'état

nhà nước

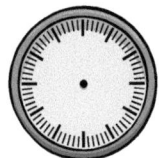

le cadran

mặt đồng hồ

l'aiguille des heures

kim chỉ giờ

l'aiguille des minutes

kim chỉ phút

l'aiguille des secondes

kim chỉ giây

Quelle heure est-il ?

Bây giờ là mấy giờ?

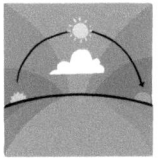

le jour

ngày

le temps

thời gian

maintenant

bây giờ

la montre digitale

đồng hồ điện tử

la minute

phút

l'heure

giờ

la semaine
tuần lễ

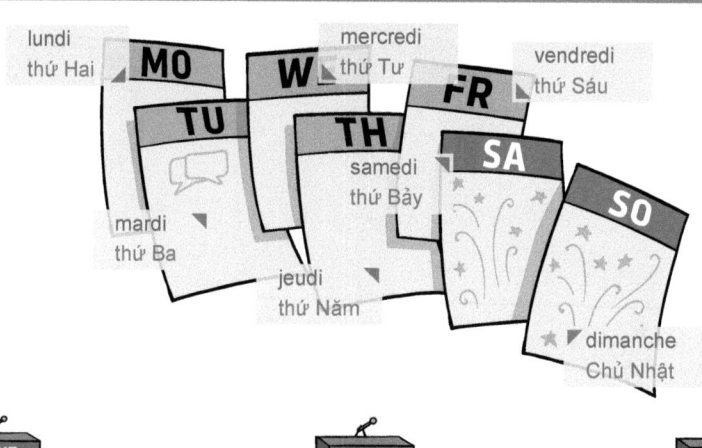

lundi
thứ Hai

mercredi
thứ Tư

vendredi
thứ Sáu

mardi
thứ Ba

samedi
thứ Bảy

jeudi
thứ Năm

dimanche
Chủ Nhật

hier

hôm qua

aujourd'hui

hôm nay

demain

ngày mai

le matin

buổi sáng

le midi

buổi trưa

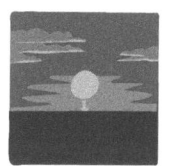

le soir

buổi tối

les jours ouvrables

ngày làm việc

le week-end

cuối tuần

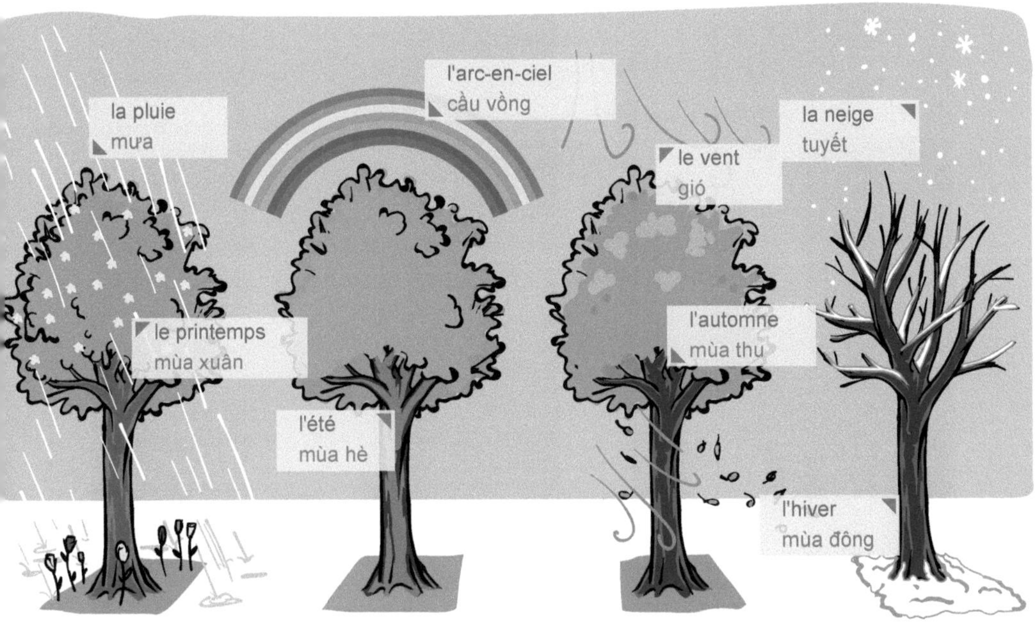

la pluie
mưa
l'arc-en-ciel
cầu vồng
la neige
tuyết
le vent
gió
le printemps
mùa xuân
l'automne
mùa thu
l'été
mùa hè
l'hiver
mùa đông

4.APRIL 11°
5.APRIL 4°
6.APRIL 13°
7.APRIL 8°
8.APRIL 10°

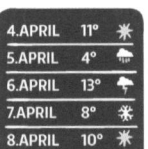

la météo

dự báo thời tiết

F C
120 90 60 30 0 -30
40 30 20 10 0 -10 -20

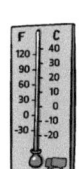

le thermomètre

nhiệt kế

la lumière du soleil

ánh nắng

le nuage

mây

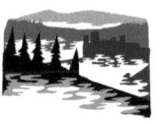

le brouillard

sương mù

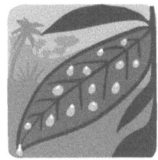

l'humidité

độ ẩm không khí

la foudre

tia chớp

la tonnerre

sấm sét

la tempête

cơn bão

la grêle

mưa đá

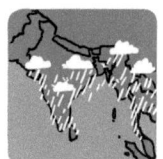

la mousson

gió mùa

l'inondation

lũ lụt

la glace

nước đá

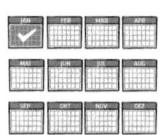

janvier

tháng Một

février

tháng Hai

mars

tháng Ba

avril

tháng Tư

mai

tháng Năm

juin

tháng Sáu

juillet

tháng Bảy

août

tháng Tám

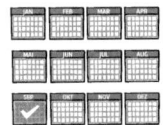

septembre

tháng Chín

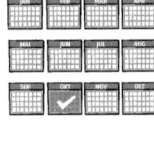

octobre

tháng Mười

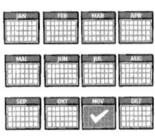

novembre

tháng Mười Một

décembre

tháng Mười Hai

les formes
hình dạng

le cercle

hình tròn

le carré

hình vuông

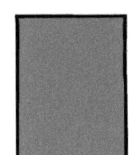

le rectangle

hình chữ nhật

le triangle

hình tam giác

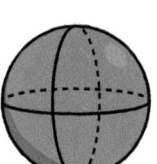

la sphère

hình cầu

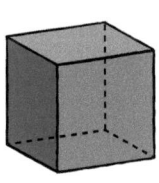

le cube

khối vuông

blanc
màu trắng

jaune
màu vàng

orange
màu cam

rose
màu hồng

rouge
màu đỏ

violet
màu tím

bleu
màu xanh dương

vert
màu xanh lá cây

marron
màu nâu

gris
màu xám

noir
màu đen

beaucoup / peu

nhiều / ít

fâché / calme

tức tối / điềm tĩnh

joli / laid

xinh đẹp / xấu xí

le début / la fin

bắt đầu / kết thúc

grand / petit

to / nhỏ

clair / obscure

sáng / tối

frère / soeur

anh (em) trai / chị (em) gái

propre / sale

sạch / bẩn

complet / incomplet

đủ / thiếu

le jour / la nuit

ngày / đêm

mort / vivant

chết / sống

large / étroit

rộng / chật hẹp

comestible / incomestible

ăn được / không ăn được

méchant / gentil

ác / tử tế

excité / ennuyé

hào hứng / chán nản

gros / mince

béo / gầy

le premier / le dernier

đầu tiên / cuối cùng

l'ami / l'ennemi

bạn / thù

plein / vide

đầy / rỗng

dur / souple

cứng / mềm

lourd / léger

nặng / nhẹ

faim / soif

đói / khát

malade / sain

bệnh / khỏe mạnh

illégal / légal

bất hợp pháp / hợp pháp

intelligent / stupide

thông minh / ngu

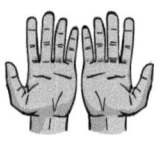

gauche / droite

trái / phải

proche / loin

gần / xa

nouveau / usé

mới / cũ

rien / quelque chose

không có gì cả / có cái gì đó

vieux / jeune

già / trẻ

marche / arrêt

bật / tắc

ouvert / fermé

mở / đóng

faible / fort

im lặng / ồn ào

riche / pauvre

giàu / nghèo

correct / incorrect

đúng / sai

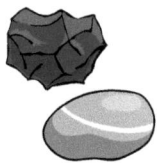

rugueux / lisse

sần sùi / mịn màng

triste / heureux

buồn / vui

court / long

ngắn / dài

lent / rapide

chậm / nhanh

mouillé / sec

ẩm ướt / khô ráo

chaud / froid

ấm áp / mát mẻ

la guerre / la paix

chiến tranh / hòa bình

0	**1**	**2**
zéro	un / une	deux
số không	một	hai

3	**4**	**5**
trois	quatre	cinq
ba	bốn	năm

6	**7**	**8**
six	sept	huit
sáu	bảy	tám

9	**10**	**11**
neuf	dix	onze
chín	mười	mười một

12

douze

mười hai

13

treize

mười ba

14

quatorze

mười bốn

15

quinze

mười lăm

16

seize

mười sáu

17

dix-sept

mười bảy

18

dix-huit

mười tám

19

dix-neuf

mười chín

20

vingt

hai mươi

100

cent

một trăm

1.000

mille

một ngàn

1.000.000

le million

một triệu

les langues
các ngôn ngữ

l'anglais

tiếng Anh

l'anglais américain

tiếng Anh Mỹ

le chinois mandarin

tiếng Quan Thoại

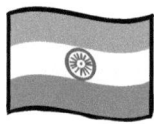

le hindi

tiếng Hin-di

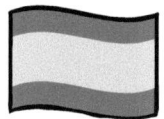

l'espagnol

tiếng Tây Ban Nha

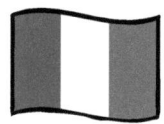

le français

tiếng Pháp

l'arabe

tiếng Ả-rập

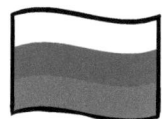

le russe

tiếng Nga

le portugais

tiếng Bồ Đào Nha

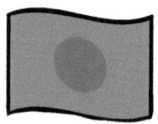

le bengali

tiếng Bengal

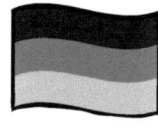

l'allemand

tiếng Đức

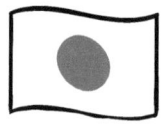

le japonais

tiếng Nhật

je

tôi

tu

bạn

♂ ♀ ○

il / elle / ce, c', cela

anh ta / cô ta / nó

nous

chúng tôi

vous

các bạn

ils / elles

họ

Qui ?

ai?

Quoi ?

cái gì?

Comment ?

như thế nào?

Où ?

ở đâu?

Quand ?

lúc nào?

HELLO, I AM

le nom

tên

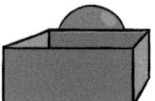

derrière

phía sau

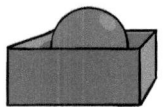

dans

ở trong

devant

phía trước

au-dessus

phía trên

sur

ở trên

en-dessous

ở dưới

à côté de

bên cạnh

entre

ở giữa

le lieu

chỗ